கடலெனும் வசீகர மீன்தொட்டி

(கவிதைகள்)

சுபா செந்தில்குமார்

யாவரும்
பப்ளிஷர்ஸ்

The views and opinions expressed in this book are the author's own. The facts contained herein were reported to be true as on the date of publication by the author to the publishers of the book, and the publishers are not in any way liable for their accuracy or veracity.

- கடலெனும் வசீகர மீன்தொட்டி ● கவிதைகள்
- சுபா செந்தில்குமார் © ● முதல் பதிப்பு : டிசம்பர் 2019
- Kadalenum vaseekara meenthotti ● Poems
- Subha Senthilkumar ©
- First Edition : Dec 2019
- Pages: 88 ● Price : ₹ 140/- For Singapore : SGD 15
- ISBN: 978-981-14-4194-3

Released by :

M/s. Yaavarum Publishers
24, Shop no - B, S.G.P Naidu Complex,
Dhandeeswaram Bus Stop
Opp: Bharathiar Park
Velachery Main Road
Velachery, Chennai - 600 042

90424 61472 / 98416 43380
editor@yaavarum.com
Url : www.yaavarum.com; www.be4books.com

Designed by : Gopu Rasuvel

Illustrations : Jayanthi shankar

Cover art : Santhosh narayanan

All rights, including professional, amateur, motion pictures, recitation, public reading, broadcasting and the rights of translation into foreign languages are strictly reserved. No part of this book may be reproduced in whole or in part or utilized in any form or by any means electronic or mechanical, including photocopying, recording or by any information storage and retrieval system now known or hereafter invented, without the prior written permission of the author/ publisher.

தன் முதுமைக்காலத்தில் மகள்களைப் பிரிந்து
தனித்து விடப்பட்ட தந்தையர்களுக்கு

இத்தொகுப்பிலுள்ள "மிக நீண்டதொரு மீன்தொட்டி" (கடலெனும் வசீகர மீன்தொட்டி), மரணத்தின் சாயல், அரவமற்று வெளியேறிய பூனை, பியானோ என்பதொரு நீண்ட சவப்பெட்டி, மனவெளியில் அலையும் மாயைகள் கவிதைகள் சிங்கப்பூர் தேசிய கலைகள் மன்றம்(NAC) நடத்தும் தங்க முனை விருது 2019க்காகத் தேர்ந்தெடுக்கப்பட்டவை.

நன்றி

தங்கமீன் கலை இலக்கிய வட்டம்,
தேசியக் கலைகள் மன்றம் சிங்கப்பூர்,
தி சிராங்கூன் டைம்ஸ், கவிமாலை,
தமிழ் முரசு, உயிர்எழுத்து, ஆனந்த
விகடன், குங்குமம், கல்கி, தை,
நடுகல்,
காணி நிலம், இனிய நந்தவனம்,
அகநாழிகை

வாசகசாலை, கனலி, அரூ, குறிஞ்சி
மின்னிதழ், காற்றுவெளி, களம்
இணைய இதழ்

பாலு மணிமாறன், ரமா சுரேஷ்,
யாழிசை மணிவண்ணன், மதிக்குமார்
தாயுமானவன், குட்டி ரேவதி,
அய்யப்ப மாதவன், நேசமித்ரன்,
இசை

யாவரும் பதிப்பகம், ஜீவகரிகாலன்,
சந்தோஷ் நாராயணன்

அன்பு மகள்கள்
ஸ்வேதா, ஸ்ரீஷா

விரல்களைப் பற்றும் அரூபங்கள்

இலக்கணங்களையும், தார்மீகங்களையும், தனக்கான மொழி குறித்தான உள்ளுணர்வுகளையும் பொருட்படுத்தாமல், கட்டற்று அலையும் அரூபங்கள் என் விரல்களைப் பற்றும் தருணங்களே என் கவிதைக்கான தருணங்கள். கோயில் வாசலில் தன்னிச்சையாக வாலை அசைத்தபடி அங்குசத்திற்குக் கட்டுப்பட்டு நிற்கும் யானை. அதிகாலையில் காலை உந்தியபடிக் கடந்துசெல்லும் பாட்டில் பொறுக்கும் சிறுவன். ராஜ அலங்காரத்தில் வீதியுலா வரும் அம்மன். மழை நின்ற இரவில் சாக்கைப் போர்த்தியபடித் தள்ளுவண்டியின் கீழ் அமர்ந்து டீ குடித்துக் கொண்டிருக்கும் பெரியவர். அந்தப் பெரியவர் வீசும் ரொட்டித் துண்டை மிரண்ட விழிகளுடன் நெருங்கும் நாய்க்குட்டி. முதுகை நனைக்கும் ஈரம் கசியும் கூந்தலுடன் பேருந்தில் ஏறும் பெண். யாரோ ஒருவர் வீட்டு வாசலில் உதிர்ந்து கிடக்கும் பவள மல்லிப் பூக்கள். பிரிக்கப்படாத காதல் கடிதம். மகளைப் பிரிந்து வாழும் அப்பாவின் முதிர் தனிமை. நீங்கள் மற்றும் நான் என ஏதோ ஒரு இழையில் கோர்க்கப்பட்டிருக்கும் தொடர்பற்ற தருணங்களின் தொகுப்பே என் கவிதைகள்.

நானும் ஒரு கவிதைத் தொகுப்பை வெளியிடுவேன் என்ற எந்தப் பிரக்ஞையும் இதுவரை இல்லாமல் தும்பைப் பூக்களை மடியில் சேகரிப்பவள் போலத்தான் என் கவிதைகளைச் சேகரிக்கத் துவங்கினேன். எனக்கென என் தும்பைப்பூக்களால் ஆனதொரு வீடு, எனக்கான உடைகள், என் ஆபரணங்கள், என் பொம்மைகள், என் தலையணை என தும்பைப் பூக்களாலேயே சூழப்பட்டேன். என் தும்பைப் பூக்கள் விருப்பக் குறிகளைப் பெற்றுத்தந்தன. என் தும்பைப் பூக்கள் பகிரப்பட்டன. இந்த உலகம் தும்பைப் பூக்களுக்கு மட்டுமானதே என்று நிச்சயமாய் நம்பத்தொடங்கினேன்.

இப்படியாகத் தும்பைப் பூக்களுடன் உறங்கிய ஓர் இரவில்தான் பூக்களே இல்லாத தும்பைச் செடிகள் என்னைச் சூழ்ந்துகொண்டன. தும்பைப் பூக்கள் யாருக்கானவை என்ற கேள்வி என் மொத்தக் கனவுகளையும்

கலைத்துப் போட்டது. இந்தச் செடிகள் யாருக்கானவை? உங்களுக்குத் தெரிந்த நந்தியாவட்டைக்கும், செம்பருத்திக்கும், பவளமல்லிக்கும் என் தும்பையின் சாயல் இருக்குமா? உலகில் வேறெங்காவது என்னைப்போல தும்பைப்பூவைச் சேகரிக்கின்றார்களா? என்பதான தொடர்பற்ற கேள்விகள் என்னைத் துரத்தத் துவங்கிவிட்டன.

மலைபோல் கனக்கத் துவங்கிவிட்ட தும்பைப் பூக்களை.. என் கவிதைகளை இறக்கி வைத்துவிட்டு என்னைக் கொஞ்சம் ஆசுவாசப் படுத்திக்கொள்ள ஓர் இடம் தேவைப்படுகிறது. உங்கள் அனைவருடனும் அமர்ந்து, ஒரு கோப்பையில் தேநீர் அருந்திவிட்டு, சில கவிதைகளை வாசித்துவிட்டு, உங்களோடு கொஞ்சம் தும்பைப் பூக்களைப் பகிர்ந்துகொண்டு மீண்டும் தேடத் தொடங்கவேண்டும். யார் கண்டார்கள்? இனி நான் வேப்பம் பழங்களையோ, சிட்டுக் குருவிகளையோ அல்லது, இன்னும் சுவாரசியமான கேள்விகளை எழுப்பும் தும்பைச் செடிகளையோக்கூட தேடலாம். அதன் வழியே எங்காவது ஒளிந்திருக்கும் எனக்கான கவிதைகளைக் கண்டடையலாம். ஆனால், குறைந்தபட்சம் தேங்கிவிடாமல் பயணப்பட வேண்டும். அவ்வளவுதான்.

செந்தில்! இந்த நொடியில் உன் ஒருவனைத்தான் நினைக்கிறேன். இந்தத் தருணம் அவ்வளவு குளிர்ச்சியானது.

— சுபா செந்தில்குமார்

பொருளடக்கம்

திறந்தே கிடக்கும் வீடுகள் — 12
மனமுதிர் காலம் — 13
ஊற்றுக்கண்ணில் வழியும் ஈரம் — 14
விலாசம் தொலைத்த வீடுகள் — 16
பொன்மஞ்சள் வாசம் — 17
தினசரி — 18

கடலைச் சேராத நதிகள் — 19
கடலெனும் வசீகர மீன்தொட்டி — 20
நீலம் பூத்த நதி — 22
பொருள்வயிற் பிரிதல் — 24
சரளைக் கற்கள் விளையும் வயல் — 25

இதுவும் இனிதெனக் கடத்தல் — 26
அரவமற்று வெளியேறிய பூனை — 27
மனவெளியில் அலையும் மாயைகள் — 29
மரணத்தின் சாயல் — 30
பியானோ என்பதொரு நீண்ட சவப்பெட்டி — 31
சவ்வூடுபரவல் — 32
நிறங்களைத் தொலைத்த ஓவியம் — 33
மரணத்தின் வருகை — 34
மழையும் கடந்து போகும் — 35
காலச்சதுரம் — 36

பெருங்களிற்றுப் பயணம் — 37
நிலவில் உறங்கும் தட்டாங்கற்கள் — 38
சுயமிழக்கும் நிறங்கள் — 39

இருத்தலின் மிச்சம்	40
நிறைந்து வழியும் நிலவு	41
சூளையிடப்பட்ட பிம்பங்கள்	42
இரைப்பையில் நிறையும் மழை	43
சிதறும் முகங்கள்	44
மழைக்கரம்	45
மறுதலிக்கப்பட்ட விடுதலை	46
மத்தகம்	48
நல்லடக்கம் மறுக்கப்பட்ட ஆன்மாக்கள்	49
கருநீல உரையாடல்	50
பலவின்பால்	51
தோளேறும் குலசாமி	52
நடுநிசி நாய்கள்	53
பேராண்மையின் பலன்	54
வளர்சிதை	55
நுரையீரலில் நிறையும் உயிர்	56
உணவுச்சங்கிலி	57
அட்சயத்தின் பருக்கைகள்	58
கூடுதலாய் ஒரு வால்	**59**
உயிர்த்தெழல்	60
பறத்தலை அளத்தல்	61
ஞானத்தின் வால்	62
இருளைத் துழாவும் கரம்	63
தவம்	64
ஊடல்	65
ஆதி நிலத்தின் மிச்சங்கள்	**66**
நதிமூலம்	67
பற்றி எரியும் உயிர்	68

குரல் நெறிக்கப்பட்ட வனம்	69
பனிக்குடம்	70
கடவுளின் தண்டுவடம்	71
தயைகூர்ந்து	72
கதவுகளின் குரல்கள்	**73**
இருளுக்குள் திரும்பும் வெளிச்சம்	74
இதுவரை சொன்னதே இல்லை	75
நீருடல்	76
கைக்குள் அடங்காத சுவர்கள்	77
சோழிகளில் புரள்பவள்	78
தகிக்கும் பாலை	79
பதங்கமாகும் மேகங்கள்	80
கூடல் நிமித்தம்	81
பசி	82
மர்மங்களின் கதைகள்	83
முக்கோணவியல்	84
பதினோராம் விரல்	85
பிக்ஸல்களால் ஒரு பிரபஞ்சம்	86
முதல் புத்தகம்	87

திறந்தே கிடக்கும் வீடுகள்

மனமுதிர் காலம்

அம்மா நட்டுவைத்த செம்பருத்தி
இப்போதெல்லாம் அளவாய்த்தான் பூக்கிறதாம்.
அதுவரை அத்தெருவில் பார்த்தேயிராத பூக்காரி
அம்மாயிருந்தா நாலு முழம் வாங்குவாங்க
என்று சொன்ன பொய் ஒன்றிற்காகவே
மலர்ந்திருந்த மல்லிப்பூப் பந்தையே வாங்கி
நெஞ்சோடு அணைத்தபடி படுத்திருந்தாராம்.
வாசலில் கொட்டிக்கிடக்கும்
உதிர்ந்த பவளமல்லிகளோடு
சிரித்தபடி செல்ஃபி எடுத்து அனுப்பும் அப்பாவிற்கு
முப்பது வயது குறைந்திருந்தது.
திண்ணையின் வாசம் வீசுகிறதென்றுப்
பூக்கடை வாசலில் உட்கார்ந்திருந்தவரை
வீடுவரை அழைத்துவந்து விட்ட சீனு மாமா
அவ நெனப்பாவே இருக்கான் போல
அடிக்கடி போனில் பேசும்மா என்கிறார்.
அன்றும் அப்படித்தான்
அம்மாவுக்குப் பிடித்த சங்குப்பூ கொடியொன்றை
எங்கிருந்தோ வேர் மண்ணோடு பிடுங்கி வந்தவர்
சற்று நேரத்திற்கெல்லாம்
துளசி மாடத்தில் குஞ்சு பொரித்திருந்த
தாய்ப்பூரான் கடித்துவிட்டதாய்த்
தளர்ந்துபோன சிரிப்போடு
என்னை வாட்சப்பில் அழைத்திருந்தார்.
ஆமாம்
அவர் சொன்ன அத்தனையும் உண்மைதான்.
அன்று அப்பாவின் கால்களில்
திண்டு திண்டாய்ச் சிவந்த இதழ்களோடு
அம்மாதான் பூத்திருந்தாள்.

ஊற்றுக்கண்ணில் வழியும் ஈரம்

சகடை உருளும் சத்தத்தை விட
சற்று உயர்ந்தே ஒலிக்கும் அம்மாவின் குரல்.

நீர்வற்றிய கோடைகளில்
கொல்லைப்புறக் கிணற்றுக்கு
வெற்றுக் குடங்களுடன் வருபவர்களிடம்
தாத்தா ஊற்றுக்கண் கண்டெடுத்த கதைகளை
பெருமிதம் வழிய இறைத்து ஊற்றுவாள்.

சாவு விழுந்த வீடுபோல் ஆனது
அடிமடி தெரிய கிணற்றின் ஈரம் வற்றிய முதல் நாள்.

நூறடிக்கும் மேல் இறங்கிய போர்வெல் குழாய்கள்
கருஞ்சேறாக வழித்து வெளியேற்றின
அம்மாவின் பெருமிதங்களை.

மொட்டை மாடியில் ஏற்றி நிறுத்தப்பட்ட
கருப்புநிற சிண்டெக்ஸ் தொட்டியைப் பற்றிய
எந்தவிதமான அக்கறையும் இன்றி
மோட்டார் ஸ்விட்சைப் போடும் அம்மா
இறக்கிவைக்க இயலாத தன் பெருமிதங்களை
ஒருவித அசூயையுடன் முந்தானையில் முடிந்தபடி
அலைந்துகொண்டிருந்தாள்.

பின்னொரு நாளில்
நாளொன்றுக்கு இருவேளை என
வீட்டு வாசலுக்குத் தண்ணீர் சுமந்துவரும்
அரசாங்கக் குழாய்களைப் பதித்துவிட்டு
வாசலில் படர்ந்துகிடந்த

புங்கைமர நிழலில் ஒதுங்கியவருக்காய்
சட்டென்று கொல்லைக்கு ஓடியவள்
தலைசீவப்பட்ட செவ்விளநீர் சகிதம் திரும்பவந்தாள்.

கைநிறைய வழிந்துகொண்டிருந்தன
வேர்நீரின் பெருமிதங்கள்.

விலாசம் தொலைத்த வீடுகள்

தங்கைக்கும் எனக்கும்
நம்ம வீடு.
அப்பாவின் நண்பர்களுக்கு
கிருஷ்ணமூர்த்தியின் வீடு.
அம்மாவின் நண்பர்களுக்கு
இந்துமதி வீடு.
விடுமுறைக்கு வரும்
உறவுக்காரப் பிள்ளைகளுக்கு
அத்தை வீடு, மாமா வீடு.
வழிசொல்லும் கடைக்காரருக்கு
தெருமுனையில் இரண்டாவது வீடு.
இப்படியான எங்கள் வீட்டிற்குத்தான்
வந்து சேர்ந்தது யாருக்கோவான அக்கடிதம்.
பரிட்சயம் இல்லாத ஆட்டுக்குட்டி போல
தபால்காரிடம் முகம் உயர்த்தும் என்னிடம்
இது அந்தப் பழைய சர்வேயர் வீடுதான் எனக்
கலைந்துபோன ஏதோவொரு அடையாளத்தை
பழக்கப்பட்ட தன் புன்னகையால் மீட்டெடுக்கிறார்.
அனுப்பியவர் விலாசமில்லாத
அக்கடிதத்தைப் பெற்றுக்கொண்டு
தயக்கத்துடன் திரும்புகிறேன்.
தனித்திருக்கும் கதவுகளுக்குப்பின்
நிறைந்து கிடக்கின்றன
விலாசம் தொலைத்த வீடுகள்.

பொன்மஞ்சள் வாசம்

அடுக்களை பழகியிராத அப்பாவுக்கு
அடிப்பிடிக்காமல் பொங்கலைக் கிண்டும்
பக்குவம் தெரிந்திருந்தது.
'எனக்கு சுகர் இருக்கேடி' என்பவரை
ஓரக்கண்ணில் பார்த்தபடி
இன்னொரு பிடி சர்க்கரையை அள்ளிப்போடும்
அம்மாவின் காதல்
பொன்மஞ்சள் வாசமாய்
வீடெங்கும் நிறைந்திருந்தது.
இன்று செவ்வந்தி மாலையிடப்பட்ட
அம்மா படத்தைப் பார்த்தபடி
ஹாலில் அமர்ந்திருக்கும் அப்பாவிடம்
வாழையிலையில் பொங்கலை
கொடுத்துப் போகிறாள் பக்கத்து வீட்டு அக்கா.
நாவில் இறங்கிய நிறம்
கண்களில் இனித்திருக்கலாம்.
அம்மா இருந்திருந்தால்
அடுக்களையையே வெறித்துக் கொண்டிருப்பவரிடம்
நிச்சயம் சொல்லியிருப்பாள்
பண்டிகை நாளில்
வீட்டிற்கு வருபவர்கள் தட்டில்
ஒரு பிடி சர்க்கரையையாவது
அள்ளிப்போடும் பக்குவத்தை.

தினசரி

சில வீடுகளுக்கு நகர்ந்தவாறே வீசிச்செல்கிறான்
அந்த வீடுகள் பூட்டியே இருக்கின்றன.
சில வீடுகளில் சார் பேப்பர் என்று குரலெழுப்புகிறான்
அந்த வீடுகள் எப்போதாவது பதில் சொல்கின்றன.
சில வீடுகளிடம் ஏதும் பேசாமல் செருகிச் செல்கிறான்
அந்த வீடுகள் மௌனம் கலைப்பதேயில்லை.
சில வீடுகளை ரசித்துச் செல்கிறான்
அந்த வீடுகள் அவனிடம் புன்னகை செய்கின்றன.
சில வீடுகளில் மட்டுமே நின்று கேட்கிறான்
"அக்கா தண்ணி குடுக்கா".
அந்த வீடுகளும் அவனிடம் கேட்கத் தவறுவதில்லை
"வேலைய முடிச்சிட்டு ஒழுங்கா ஸ்கூலுக்குப் போறியாடா?"

கடலைச் சேராத நதிகள்

கடலெனும் வசீகர மீன்தொட்டி

ஈரச்சந்தையில் மீன் வெட்டுபவன்
கையளவு நீரள்ளித் தெளித்து
வாய்பிளந்து துடித்துக்கொண்டிருக்கும்
ஞாயிற்றுக்கிழமைகளை எழுப்புகிறான்

தனித்திருக்கும் தன்னுடல் சிலுப்பி
நிறைந்திருக்கும் வெற்றுக் காற்றை
பெருங்காமத்தில் தவிப்பவனின் அவசரத்தோடு
அள்ளி அள்ளி விழுங்குகிறது
சுவாசித்தலுக்குக் காத்திருக்கும் ஆண் மீன்.

உலர்ந்துபோன இன்னொரு தேசத்தில்
தாம்பத்யத் தொட்டியில் நீந்திக்கொண்டிருக்கும்
பெண் மீனுக்கு அலைபேசியில் வந்து சேர்கிறது
பளபளப்பானதொரு தூண்டில் முள்ளில்
ஆண் வாசனையைச் சுமந்து வரும் இரை.

நீர்த்துளிகள் உருண்டோடும் வாழை இலையில்
மீன் துண்டுகளைப் பரிமாறிவிட்டு
காத்திருக்கத் தொடங்கும் அவள் கரங்களில்
ரகசியமாய் உதடுகள் குவித்து நீந்துகின்றன
ஈரமில்லாமல் வந்து சேர்ந்த முத்தங்கள்

சிலிர்த்தடங்கும் உடல் வளைத்து
செதில்களின் நுனிகளில் வியர்வை அரும்ப
வலதும் இடதுமாய் அலைந்து திரும்புகிறது
பகிர்ந்துகொள்ளப்படாத காமம்.

இரு தேசங்களுக்கு இடையில்
வசீகர மீன்தொட்டியாய்
விரிந்து கிடக்கிறது கடல்.

நீலம் பூத்த நதி

இறப்புக்குச் செல்லவியலாத
புல்வெட்டும் தொழிலாளியின்
இருண்ட முகத்தில்
கருஞ்சாம்பல் நிறம் பூசி
விடிகிறது அன்றைய காலை

இரண்டாம்நாள் காலையில்
இழவுவீட்டில் விளிம்பு நனைந்து
மிதந்தொதுங்கும் செவ்வந்தியின்
பேரமைதியுடன் கிடத்தப்பட்டிருக்கிறது
நீலம் பூத்த மரணத்தின் நதி

உடல் சுருண்ட பறவைபோல்
காற்றில் மிதந்து வந்து
தன் நரைத்த இழைகளால்
தவறிப்போன தாத்தனை
ஒட்டிவிட்டுப் போகின்றன
இலவம்பஞ்சு விதைகள்

துண்டிக்கப்பட்டப் புற்களை
திரட்டிப்பெருக்குபவனின்
தெய்வீகத் துடைப்பம் சுற்றியெழுந்து
காற்றில் கரைகிறது
பழந்திண்ணையில் படுத்துறங்கிய
முகிழ்ந்த மகிழம்பூ மணம்

பனி பூத்த ஈரத்தின் வாசனை
உலர்ந்து சுருங்கும் அப்பொழுதில்
வேர்களை மடியேந்திய
கிழட்டு மரத்தின் பாதங்களில்
முளைவிடத் தொடங்குகிறது
மற்றுமொரு பசுந்தளிர்

பொருள்வயிற் பிரிதல்

தலைவியைப் பிரிந்திருப்பவன்
பிங்க் நிற தேங்காய்ப்பூ டவலில்
தலை துவட்டுகிறான்.
அவள் உலராத கூந்தலுக்குள்
நீண்ட விரல்களாய் நுழைந்து வெளியேறிய
நினைவுகளின் ஈரத்தை
வேரோடு பிடுங்கி உதிர்க்கிறது கொடுங்காலம்.
இரட்டைத் தலைகளுடன் வாழ விதிக்கப்பட்டவன்
தன் துரித உணவில்
நீண்ட மயிர் தென்படாத வேளைகளிலும்
அவளுக்குப் புரையேறுவதாக நீட்டித்துக்கொள்கிறான்
இன்னொரு தலைக்கான ஆயுளையும்.
கடைசியாய் அவளிட்ட எச்சில் முத்தத்தில்
புதைந்திருக்கும் ஈரத்தைக் கிளறியபடி
மையிருள் நிறைந்த வெளியில்
முளைவிடத் துவங்குகின்றன
வெள்ளி ஒளியிழைகள்.
பகல் வேளையொன்றில்
பைநிறைய விளக்குகளைச் சுமந்துகொண்டு
பாதி கட்டி முடிக்கப்பட்ட வீட்டிற்கு
உதிர்ந்த வழுக்கையுடன் திரும்புபவனை
நரைத்த தலையோடு
வரவேற்கக் காத்திருக்கிறாள்.
பாதிகளால் நிரம்புகிறது
கறுப்புவெள்ளை வாழ்க்கை.

சரளைக் கற்கள் விளையும் வயல்

வெண்கற்கள் முளைத்த நிலத்திலிருந்து
வேர்பிடுங்கி எறியப்பட்டவள்
மஞ்சள்நிறம் உடுத்திய எல்லைச்சாமியை
தன் மார்போடு அணைத்தபடி வெளியேறுகிறாள்.
திசைகள் குலைந்து உழற்றுபவளின்
அவிழ்ந்த கூந்தலில் தொடங்கும் இருள்
வழித்தடமற்ற அச்சமவெளியில்
ஆரஞ்சுப் பிசுபிசுப்பாய் வழிந்தோடி
கடைசி வெளிச்சத்தில் சென்று கரைகிறது.
விஸ்தரிக்கப்படும் சாலையில்
வெறும் சிலையாகி நிற்பவளை
மலங்க மலங்க விழித்தபடி
அவசர அவசரமாக
மண்ணை அள்ளித்தின்கிறது
புலம்பெயரக் காத்திருக்கும் குழந்தை.

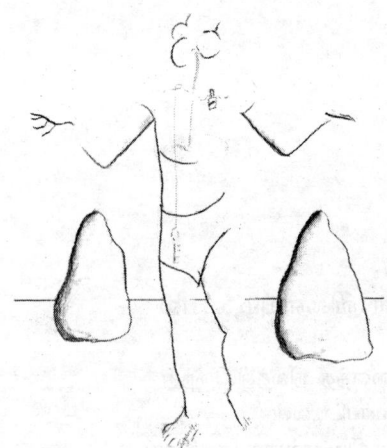

இதுவும் இனிதெனக் கடத்தல்

அரவமற்று வெளியேறிய பூனை

கால்கள் விளங்காமல் கிடந்தவளையும்
கருவுற்றிருந்த கறுப்புப் பூனையையும்
வீட்டுக்குள் வைத்துப் பூட்டிவிட்டுத்தான்
இரவுக்காட்சிக்குச் செல்லமுடிகிறது.
ஒவ்வொரு முறையும் வீடு திரும்பும் வரை
நகர இயலாத மனதை
உருட்டிக்கொண்டே இருக்கிறது பூனை.

வெறும் பொழுதைப் படுத்தே கிடக்கப்
பழக்கப்படுத்தப்பட்ட பூனைக்கு
என்ன விருப்பம் இருந்துவிடப்போகிறது
நேரம் கடத்தும் கேளிக்கைகளில்.

அவள் அப்படித்தான்...
பூனை இல்லாத நாட்களிலும் கூட
ப்ளாஸ்க்கைத் திறக்கும்போதெல்லாம்
அந்த சனியன் கத்திகிட்டே இருக்கு
அதுக்கும் கொஞ்சம் பாலை ஊத்து என
அக்கறையாய்ச் சலித்துக்கொள்வாள்..

முழுநீளத்திரைப்படம் முடிந்த மறுநாள்
தலைமாட்டில் வைக்கப்பட்ட பாலுடன்
சுருண்ட பூனை போல்
சலனமற்றுக் கிடத்தப்பட்டிருக்கிறாள்.

இதுவரை திரும்பவே இல்லை
சப்தங்களை வீட்டுக்குள் பதுக்கிவிட்டு
கதவு திறந்ததும்
அரவமற்று வெளியேறிய அந்தக் குரல்.

கால்களை உரசியபடிச் சுற்றும் ப்ளாஸ்க்கில்
இனி யாரை ஊற்றி நிரப்புவது?

மனவெளியில் அலையும் மாயைகள்

மெல்ல மெல்ல இருளுக்குள் நழுவுகிறது
மாலை நேரக் கடற்கரையில்
பார்வையற்றவனைப் பற்றியிருக்கும் கரம்.
மெல்லிய அழுத்த வேறுபாடுகளில்
ஒரு நிழலின்மீது இன்னொரு நிழலாக விரிகின்றது
வண்ணங்களைப் பற்றிய அவன் விவரணைகள்.
நெகிழிகளைப் பொறுக்கும் பைத்தியக்காரனின்
இலக்கற்ற வார்த்தைகளாய்
மனவெளியெங்கும் அலைகின்றன
ஒளி குறித்து அவன் விவரிக்கும் மாயைகள்.
கடற்கரையின் ஒரு விளிம்பில் நின்றுகொண்டு
தவழ்ந்து வரும் அலைகளில் பாதங்களை நனைத்தவன்
"பார்த்தாயா! பார்த்தாயா!
என் பாதங்களைத் தழுவும் குளிர்ந்த நிறத்தை" என
நிலைத்த இமைகளை உயர்த்திப் படபடக்கிறான்
மற்றொரு விளிம்பில்
குழந்தையால் காற்றில் கைவிடப்பட்ட
ஆப்பிள் வடிவ பலூனுக்கு
சிவப்பு வண்ணம் அடிக்கும் வானம்
தன் மடிசிந்தும் நிறங்களின் குழைவில்
இருளைக் கரைத்து
அலைகளாக அனுப்பத் தொடங்குகிறது.

மரணத்தின் சாயல்

போர்வீரர்கள் துயிலுறும் நிலத்தில்
நீர்க்குமிழிகள் ஊதி விளையாடுகிறது
பிரிதுயர் அறியாத குழந்தை.
கிடத்தப்பட்டிருக்கும் பேழையில்
தன் உடல் பரப்பி அமர்கிறது
காற்றின் நளின அசைவுகளில்
முயங்கிக் களித்துக் களைப்புற்ற ஒரு குமிழி.
உடல்வெப்பம் தணிக்க வழங்கப்பட்ட
கண்ணாடி போத்தல்களில்
பூத்திருக்கும் நீர் அரும்புகளாய்
நெகிழ்ந்து கரைகின்றன
பகிர்ந்துகொள்ளப்படும் குளிர் நினைவுகள்.
திரளும் மேகங்களின் இருள் சூழ
பூரணமான அந்த மரணத்தின்மீது
தன் அருள்கூர்கிறது மழை.
உதிர்ந்து கிடக்கும் மலரின்
வெண்ணிற இதழொன்றின் மீது
தேங்கி நிற்கிறது மழையுடலின் ஒரு துளி.
தெளிந்த அந்த அப்பழுக்கற்ற தேகத்தின்மீது
மின்னலின் ஒளிக்கீற்றாய்
பளிச்சிட்டு மறைகிறது
அழகிய மரணத்தின் சாயல்.

பியானோ என்பதொரு நீண்ட சவப்பெட்டி

பெயரிடப்படாத இசைக்குறிப்பொன்றில்
கறுப்பு வெள்ளை உடல்களெனக்
கிடத்தப்பட்டிருக்கின்றன
இசைக்கப்படாத உணர்வுகள்.
ஆதரிக்கப்படாத அந்தக் கட்டைகளில்
மஞ்சள் நிற பிரெஞ்ச்ஃப்ரை விரல்களால்
பகிர்ந்துகொள்ளப்படாத ஒரு பசியை
அவிழ்த்துக் கொட்டுகிறான்.
சி ஷார்ப்பில் தொடங்கும் அவ்வாதை
உணர்விழந்த நரம்புகளில் ஒருமுறை அதிர்ந்துவிட்டுக்
கடந்து செல்லும் யாரோ ஒருவரின் கால்களை
ஒரு குழந்தையைப் போல
கட்டியணைத்துக் கொள்கிறது.
தரையெங்கும் சிதறும் இசையை
சட்டெனத் தலைகவிழ்ந்து
மடியேந்திய இன்னொருவன்
அந்த அணைப்பின் மென்மையைத்
தன் விரல்களால் கோதியபடி
கரிசனமான கேள்வியொன்றால்
அதன் நெற்றியில் முத்தமிடுகிறான்
“நீ இசைத்தது என் சுகதுக்கங்களைத்தானே?”
தர்கங்களைப் பொருட்படுத்தாத
அந்தத் தருணத்தில்தான்
வணிகவளாகத்தின் நுழைவாயிலில்
தன்னையே இசைத்துக்கொண்டிந்தவன்
தன் பழைய இசைக்கருவிக்குப் பெயரிட்டான்.
பியானோ என்பது ஒரு நீண்ட சவப்பெட்டி

■

சவ்வூடுபரவல்

வார இறுதியில் பனிக்கட்டிகளாக உருகும்
உளைச்சலின் அமீபாக்கள்
வழக்கம் போல
ஏதாவது ஒரு மதுக்கோப்பையில்
கரையத் தொடங்குகின்றன.
ஆறுநாட்கள் தாளிப்பில் வெடித்துவிட்டு
ஏழாம்நாள் ஆர்டர் செய்யப்பட்ட பிரியாணிக்காக
செவ்வக மேசையில் காத்திருக்கப் பழகுகின்றன.
கூடுதலாக ஒருவேளை
கலைந்து கிடக்கும் கட்டிலில் புணர்கின்றன.
ஒப்பனை பொருட்களுக்கு மத்தியில்
கைப்பையில் திணிக்கப்பட்டிருக்கும்
அடுத்த வாரத்திற்கான புன்னகைகளை
அவசரமாக அள்ளி வீசியெறிந்துவிட்டு
உதிராத அழுக்கைத் தொலைக்க
கடற்கரைகளை நோக்கி ஓடுகின்றன.
அதே உப்புக்கடல்
அதே அலைகள்
அதே கடற்கரை
அதே குதிரை
இருப்பினும்...இருப்பினும்...
வெவ்வேறு முகங்களை அணிந்துவரும்
வாடிக்கையாளர்களை ரசித்தபடி
வலம்வரத் தொடங்குகிறான் குதிரைக்காரன்.
தன் வழக்கமான பாதையிலேயே
ஓடத்துவங்குகிறது குதிரை.

நிறங்களைத் தொலைத்த ஓவியம்

செவ்வகக் கோடுகளால்
அண்டவெளியை வரையும் குழந்தை
பழகிப்போன வட்டப்பாதையை
கலைத்துப் போடுகிறது.
உருளும் பகடை பூமிப்பந்தானதில்
கனசதுரமாகிக் கிடக்கிறது பரமபதம்.
மிச்சம் வைக்கப்பட்ட ஓவியங்களில்
நிறங்களைத் தொலைத்து நிற்கின்றன
குழப்பமற்ற வண்ணங்கள்.
தான் வரைந்த நீலநிற மரத்தடியில்
சிவப்புநிறத்திலொரு பூனையை
கட்டிவைத்த அக்குழந்தை
கலைத்து விளையாட
ஏதுமின்றிக் களைப்புறுகிறது.
நேர்த்தியான பொம்மைகளை
அழுது மறுதலித்துவிட்டு
சக்கரங்கள் உடைந்துபோன
பழைய நாய்க்குட்டியொன்றைத்
தன் நெஞ்சோடு அணைத்தபடி
உறங்கத் தொடங்குகிறது அக்குழந்தை.
சற்று நேரத்திற்கெல்லாம்
அதே பனிரெண்டாம் மாடியிலிருந்து
நேர்த்தியாகக் கீழே விழத்தொடங்குபவள்
நூலறுந்து இறங்கும் பட்டத்தைத்
தற்கொலை செய்துகொண்டதாகவும்
நினைத்திருக்கலாம்.

மரணத்தின் வருகை

மரணம் நிகழ்ந்த வீட்டில்
புதிதாய்த் தென்படும் முகங்களைப் பார்த்து
சற்று மிரட்சியோடும் தயக்கத்தோடும்
குரைத்தபடியே இருக்கிறது நாய்க்குட்டி.
இறந்தவனோடு ரொட்டித்துண்டுகளைப்
பகிர்ந்துகொண்டவர் எவரேனும் இருப்பின்
தயவுசெய்து அவிழ்த்துவிட்டு விடாதீர்கள்
உலர்ந்துபோன அலுமினியத் தட்டோடுப்
பிணைக்கப்பட்டிருக்கும்
உங்கள் வருகைக்கான சங்கிலியை.

மழையும் கடந்து போகும்

நெகிழ்ந்த முனையில்
தன் கடைசி துளியைச்
சேகரிக்க இயலாமல்
தோற்கிறது நனைந்த ஓலை

இழுத்துச் செல்லப்பட்ட சருகுகளில்
குழைந்தபடி ஓசையின்றி
அடங்கிக்கொண்டிருக்கிறது
தெருமுனையில் ஓடை

மெலிதாய்ப் படர்ந்திருந்த
மண்வாசனையை எங்கேயோ
தொலைத்துவிட்டுத் திரும்புகிறது
ஈரமற்ற காற்று

கரைந்த புற்றை
முகர்ந்துவிட்டுத் திரும்புகிறது
வரிசை கலைந்துபோன
சர்க்கரை எறும்பு

திருவிழாச் சந்தையில்
நனைந்த பொம்மைகளை இழுத்து மூடும்
முற்றுப்பெறாத ஒரு மழைக்கவிதையின்
கடைசி வரியில்
மௌனமாய் மிதந்து இறங்குகிறது
ஈசலின் ஒற்றைச் சிறகு

காலச்சதுரம்

வாழைப்பூ வரிகள் பொதிந்த
முதுதளிர் மரமென
திண்ணை தூண்களுக்கு
வாஞ்சையுடன் முதுகு தந்தவள்
உத்திரம் வெறித்தவளாய்
நிறைவு செய்தாள்
தன் உன்மத்த உரையாடலை.

மழைநின்ற அப்பொழுதில்
பனையேறும் தன் அய்யனிடமும்
சொல்லிக்கொள்ளாமல் சென்றவள்
அவர் வரைபடத்திற்குப் பக்கத்திலேயே
பக்கவாட்டில் ஒருவாறாய்
வெட்கிக் கவிழ்ந்த நாணத்தோடு
செவ்வக மரச்சட்டங்களுக்குள்
ஒய்யாரமாய் உறைந்து போனாள்.

வெளிர்மஞ்சள் பூவுடுத்தி
திண்ணையோரத்தில் அமரும் அப்பத்தா கிழவி
இன்றும் பின்மழைப் பொழுதுகளில்
சற்றுக் கூடுதலாய் ஈரம் சுமந்து கருத்திருக்கும்
பழுத்த மரதேவதைகளின்
புன்னகையாய் நிறைகிறாள்.

■

பெருங்களிற்றுப் பயணம்

நிலவில் உறங்கும் தட்டாங்கற்கள்

மடியில் சேகரித்த தட்டாங்கற்களுடன்
நடைமேடை முகடுகளில் உறங்குபவள்
தான் போர்த்தியிருக்கும்
வெண்ணிற பேனர் மேகங்கள் விலக்கி
பால்வெளியின் கனவு அடுக்கொன்றில் சஞ்சரிக்கிறாள்.

பிரவாகமெடுக்கும் கிரண ஒளிக்கீற்றுகளை
இரு கரங்களாலும் வாரியிறைத்தவண்ணம்
அங்குமிங்கும் அலைந்து விளையாடுபவள்
ஆழ் இருளெங்கும் சிதறவிடுகிறாள்
தன் மடிதவறிய விண்மீன்களை.

பால் நிலவினைச் சுற்றும் அவ்வொளித்திரள்
வட்டமாய் அமர்ந்திருக்கும் சிறார்களாய்
அவளிடம் புன்னகைக்கத் துவங்குகின்றன.
கனவு வெளியின் அவ்விடியற்பொழுதில்
விளையாடிக் களைப்புற்றவள்
அரைத்தூக்கத்தில் உதடுகள் குவித்து
தன் கனவுகளை உளறத்தொடங்கியபடி
பாதி தேய்ந்து சோர்ந்து நிற்கும் நிலவில்
தன்னிலை மறந்து தலை சாய்கிறாள்.

மீண்டும் அவள் விழித்தெழும் வேளையில்
காலம் நிகழ்த்திக் கொண்டிருக்கும் கனவுகளில்
எந்தக் கனவைக் கலைப்பதெனத் தெரியாமல்
உறக்கமின்றிப் புரண்டுகொண்டிருக்கும் பகலின் கரங்களை
அனிச்சையாய் தன் போர்வைக்குள்
இழுத்து அணைத்துக்கொள்கிறது
சாலையோர இரவு. ■

சுயமிழக்கும் நிறங்கள்

சைக்கிள் கேரியரில் கட்டப்பட்ட
விற்கப்படாத மரக்கன்றுகளுடனும்
வண்ணம் பூசப்பட்ட கோழிக்குஞ்சுகளுடனும்
கொன்றைப் பூக்களை ஈன்ற மரத்தடியில்
பிரசவச் செய்திக்காகக் காத்திருக்கிறான்.

தன் மடி பெருத்த நீர்க்குமிழியில்
கருவுற்ற மண்ணைச் சுமந்தபடி
கேரியர் கம்பிகளில் இறங்குகிறது
வேர்க்கொடியறுந்து சரியும் ஈரம்.

மனம் தரித்திருந்த சாயங்கள் அனைத்தும்
கழுவிச் செல்லப்பட்ட அத்தருணத்தில்
அடிவயிறு நடுங்கியபடி ஒடுங்கி நிற்கும்
கோழிக் குஞ்சுகளைக் காண்பவனின் வேண்டுதல்
கொஞ்சம் கொஞ்சமாய்த் தொலைக்கிறது
கழுவப்படாத தன் நிறங்களை.

இருத்தலின் மிச்சம்

மார்ச்சுவரியிலிருந்தும்
பிரசவ வார்டிலிருந்தும்
திடீரென உயிர்ப்பெறும்
அலறல்களைப் பொருட்படுத்தாத
ஊனமுற்ற பெரியவர்
தன் இடதுகையால்
சைக்கிள் டோக்கன் போடுகிறார்.
எதற்காகவோ அடிக்கடித் துடிக்கும்
அவரின் பாதி துண்டிக்கப்பட்ட
வலதுகையைப் போல
பிறப்பிற்கும் இறப்பிற்கும் இடையே
எஞ்சியிருக்கிறது இருத்தலின் மிச்சம்

நிறைந்து வழியும் நிலவு

பெயிண்ட் வாளியில் தேங்கியிருக்கும் நிலவை
அள்ளிக் குளிக்கும் சிறுவன்
தான் அலைந்து திரியும்
தார்ச்சாலைப் பள்ளங்களெங்கும்
அதை வழிய விடுகிறான்.
தெரியுறும் நிலவின் அக்குழைவை
அடுக்குமாடிக் கடையின்
கண்ணாடிப் பெட்டியில் வீசிச்செல்கின்றன
பிரக்ஞையற்றுக் கடந்து செல்லும் வாகனங்கள்.
அடுக்கி வைக்கப்பட்ட
வெள்ளைநிற முயல் பொம்மையொன்று
இளம் வெளிர் திவலைகளாய்
உடைந்து இறங்குகிறது
பிரதிபலிக்கப்பட்ட அவன் கரங்களில்.
சங்கலித் தடுப்பிற்குப் பின்னின்று
காற்றில் அலையும் தன் கரங்களால்
அந்த முயலின் முதுகினை வருடுபவன்
தரையெங்கும் தன் பாதச்சேற்றை
உதறியபடி நடக்கத் தொடங்குகிறான்.
முயலின் தடங்களை எட்டிப்பார்க்கும்
இருண்ட வானத்தில் மிதக்கிறது
உடைந்த நிலவின் ஒரு துண்டு.

சூளையிடப்பட்ட பிம்பங்கள்

சேறு குழைக்கப்பட்ட நீரில்
மிதக்கிறது தட்டையான வானம்.
அறுத்து வைக்கப்பட்ட
சூளையின் வடிவங்களை
அவ்வப்போது கரைத்துவிடுகிறது
கவிழ்ந்து கிடக்கும் அரைவட்ட பூமி.
கோளம் என புரிந்துகொள்ளப்படும்
பூமிப்பந்தின் ஒரு புள்ளியில்
சேற்றுடன் விளையாடும் சிறுமி
அப்பாவையும்
அம்மாவையும்
தம்பியையும்
எவ்விதக் குழப்பமுமின்றி
பழகிப்போன செவ்வகங்களால்
குழைத்து வடிக்கிறாள்.

இரைப்பையில் நிறையும் மழை

கசிந்தூறும் நீர் எறும்புகள்
பின்னிரவில் சிதறிக்கிடக்கும்
நிலாவின் துணுக்குகளை கவ்விச்சென்று
பசித்திருக்கும் பள்ளங்களில்
சேமித்து வைக்கின்றன.
நனைந்த சாக்கைப் போர்த்தியவாறு
பூட்டப்பட்ட கடைவாசலில்
எலும்புகள் துருத்தி நிற்கும் நாய்க்குட்டியுடன்
தன் உடைந்த பிஸ்கட்டை
பகிர்ந்துகொள்பவனின் காலருகே
தன் வாலைச் சுழற்றி ரசித்தபடி
அமர்ந்திருக்கிறது
இரைப்பையில் நிறையும் மழை.

சிதறும் முகங்கள்

தீர்ந்துபோன மதுப்புட்டியில்
பொங்கிவரும் கோபத்தை
வெறிமீதுற வழித்தெடுத்து
மௌனமாய் படுத்திருக்கும்
தார்சாலையில் வீசுகிறான்.
குதிகாலை உந்தி நடக்கும்
பாட்டில் பொறுக்கும்
சிறுவனின் முனகலோடு
சிறிதும் பெரிதுமென
நெளிந்த பிம்பங்களாகச் சிதறுகின்றன
உடைந்த முகங்கள்.

மழைக்கரம்

ஆதரிக்கப்படாத
சாலை ஓவியமொன்றை
தன் நிறமற்ற விரல்கள் நீட்டி
வழித்துச் சேகரிக்கிறது மழை.

மறுதலிக்கப்பட்ட விடுதலை

சங்கிலியில் கட்டப்படிருக்கும்
டாமிக்கு அம்மாவைப் பிடிப்பதில்லை.

"டாமிக்கு சோறு வைக்கலயா?"
"டாமிக்கு டீ ஊத்தலயா?"
என்பதான வழமை மாறா உபசரிப்புகளும்
"டாமிய குளிக்க வைக்கலயா?"
"டாமிய கட்டிப் போடலயா?"
என்பதான தினசரி அக்கறைகளும்
சலிப்பைத் தந்திருக்கலாம்.

கழுத்து நெரிபடக் கதறும்
டாமியின் விடுபடுதலும்
தன்வசப்படுத்தும் அம்மாவின் குரலும்
தன் முகத்துவாரத்திலிருந்து
வினோத ஒலிகள் எழும்பும்
ப்ளக்ஸுகள் வேயப்பட்ட
அந்தச் சாலையோரக் குடிலுக்குப் புதிதல்ல.

சக்கரங்கள் பொருத்தப்பட்டதொரு ஆறாமறிவு
சாலையோரத்தில் கரையேறிய நாளில்
நெடியேறும் டயர்களுக்கடியில்
தெருநாயின் அலறலுடன்
சதைக்கூளமாய்ச் சிதைந்துப்போன
மனம்பிழன்றவனின் குரல் டாமிக்கு.

இன்றும் சாலைக்கும் வாசலுக்கும்
விசும்பல் அலைக்கழியும் போதெல்லாம்
அசுரக்கரங்களால் டாமியைப் பற்றியிழுத்து
மார்போடு இறுக்குபவளின்
விரல்கள்களெங்கும் பிதுங்குகிறது
விடுதலையின் மறுதலிப்பு.

மத்தகம்

பீடி நுனியில் பற்றவைக்கப்பட்ட
அன்றைக்கான சூரியன்
பாகனின் ராஜ அரியணையைச் சுற்றி
எழுப்புகிறது வெண்புகையை.
காலத்தின் கால்களைப் பற்றியேறி
அதன் கழுத்தில் ஒய்யாரமாய் அமர்ந்தவன்
தன் பாதங்களின் கீழ் விடைத்து நிற்கும்
அன்றைய பொழுதின்
பெருங்காதுகளை நிமிண்டுகிறான்.
மிச்சமிருக்கும் அடையாளங்களுடன்
குறுகிய வீதிகளில்
நுழைந்து வெளியேறுகிறது
நீட்டிய துதிக்கையில் சில்லறைகளால்
ஆசீர்வதிக்கப்பட்ட எதிர்காலம்.

நல்லடக்கம் மறுக்கப்பட்ட ஆன்மாக்கள்

மடிநிறைய குட்டிகளைச் சுமக்கும்
நிறைமாத கர்ப்பிணியாய்
எதிர்ப்புகளற்றுச் சுணங்கிக்கிடக்கிறது
துணையிழந்த பேருந்து நிறுத்தம்.

உலர்ந்துபோன பால்மடி வாசத்தை
கனரகக் காற்றில் கலந்து வீசுகிறது
பேரிரைச்சலோடு தன் அடிவயிறு
கிழிந்து கிடக்கும் தார்ச்சாலை.

சாலைக்கும் பேருந்து நிலையத்திற்குமாய்
அலைமோதும் குட்டிகளை
டிபன்கேரியர் வைத்திருக்கும்
கூடையில் அள்ளி நிரப்புபவன்
ஒவ்வொரு முறை நிமிரும்போதும்
ஜவ்வுபோலச் சுருங்கியிருக்கும்
நுரையீரல் குழாயின் வழியே
வினோதமான
அழுகுரலொன்றை எழுப்புகிறான்.

முகத்தை நக்கும் உரோமம் உதிர்ந்த குட்டிகளோடும்
ஆஸ்த்துமாவின் கடைசி இழுப்போடும்
பேருந்துநிறுத்தம் மீது சரியும் சைக்கிளை
இன்னொரு முறை வருடுகிறது கொடுங்குளிர்.

■

கருநீல உரையாடல்

அவள் நம்மோடு உரையாட
விரும்பியதேயில்லை.

நாம்தான் அவள் குறித்து
பேசிக்கொண்டே இருக்கிறோம்.

மதுக்கடைக்கான பாதையிலிருந்து விலகி
வளைந்தும் நெளிந்தும் தள்ளாடியபடி
வேகமெடுக்கும் நெடுஞ்சாலைக்கு
தலை சிதறிய தந்தையை
அவள் பறிகொடுத்த போதும்...

மேடு பள்ளங்களால் நிறைந்திருக்கும்
முடிவற்ற அந்தச் சாலையில்
உலர்ந்த குருதியின் நிறத்தவளாய்
அவள் நாவல்பழங்களை விற்றபோதும்...

நாம் மதுவிலக்கை குறித்து
பேசியபோதும்...

நம் நாவுகளில் கருநீலநிறத்தில்
அவளைப் படரவிட்டபோதும்...

அவள் நம்மோடு உரையாட
விரும்பியதேயில்லை.

பலவின்பால்

அவர்களை அவை கடித்துவிடக் கூடுமென
சிலர் குரைத்தபடி அலைந்து கொண்டிருந்தனர்.
ஒருவன் கிட்டத்தட்ட வெறிபிடித்தவனாய்
அவைகளை கல்லால் அடித்துக் கொல்லுங்கள் என்றான்.
வசதியாய் கழுத்துப்பட்டை அணிந்த ஒருவன்
பாதுகாப்பாக கேட்டுக்குப் பின்னால் நின்றபடி
அதனை அவசர அவசரமாக ஆமோதித்தான்.
உரோமங்கள் உதிர்ந்த ஒருவன்
ரோட்டோரத்தில் கலவி கொள்வதென்பது
ஒழுக்கக்கேடு என ஓலமிட்டான்.
குற்றவுணர்வுகள் ஏதுமின்றிச் சிவந்த பற்களோடு
கார் சக்கரங்களின் இரத்தச் சுவடுகளை
கழுவிக்கொண்டிருந்தவன்
இது குறித்து எதுவும் பேசவே இல்லை.

மரங்களுக்குப் பின்
தயக்கமுறும் கலவியின் கண்களில்
எவ்விதப் பிரக்ஞையும் இல்லாமல்
வெளிச்சத்தைப் பாய்ச்சுகிறது
வால் முளைத்த ஆரவாரம்.

தன் கருணை வழியும் கரங்களில்
இருளை வழங்குகிறது
உயர்திணை மரம்.

வீதியில் வசிப்பதற்கும்
வீடுகளில் வசிப்பதற்கும்
ஒரு சாலையளவே இடைவெளி.

தோளேறும் குலசாமி

இருண்மை படர்ந்திருக்கும்
குல இரைஞ்சல்களின்
தோள்கிழித்து அதிர்கிறது
ஆதிப்பறையோசை

வேட்டைக்குப் புறப்படுபவனின்
சலங்கைகளில் சிக்கிய மௌனம்
வாய்வெடித்துப் பிளக்கும் பரல்களுக்குள்
கனன்று கொண்டிருக்கும்
விதைகளில் மோதி வதையுறுகிறது

நரம்புகள் அறுந்த
பலியாட்டின் உடலென
உயிர்த்து உயிர்த்து அடங்குகிறது
எஞ்சியிருக்கும் ஆணவத்துடிப்பு

பிதுங்கிய விழிகளுடனும்
விரைத்த நரம்புகளுடனும்
தினவெடுத்த உடலுக்குள்
நா மடங்கி இறங்குகிறது அருள்.

உறைந்தவனை உசுப்பும் உடுக்கைக்கும்
உயிர்பிடுங்கும் மங்கலக் குலவைக்கும்
பிடிதளர்ந்து அடங்குகிறது
தலைமயிர் பற்றிய பேய்

அரைத் தூக்கத்தில்
கடைவாயில் எச்சில் ஒழுக
அப்பாவின் தோளேறி
அரியணையில் அமர்கிறான்
குலசாமி கருப்பன்

■

நடுநிசி நாய்கள்

பரிட்சயம் இருப்பினும்
நெருக்கம் குறைந்த பின்னேனும்
தவிர்த்திருக்கலாம் நேர்காணும் பதட்டத்தை.

இருதயத் துடிப்பை இறுக்கிப் பிடித்ததில்
ஏதோவொன்று உன்னை
என் பக்கம் திருப்பியது

கண்டும் காணாமலுமாய்
நான் எடுத்துவைத்த அடுத்த அடிக்கு முன்
தன்னிச்சையாய் உறுதியானது
பின்வாங்கலின் ஆயத்தங்கள்

எதிரியின் பலம்
குறைவென்று உணர்ந்தபின்
தொடங்குவது யாரென்ற குழப்ப நொடிகளை
ஒருசேரக் கடந்த அந்தக் கணத்தில்

இல்லாத கல்லொன்றை
ச்சூவென எறிந்தும்
எதிர்வினையாய் நீ வள்ளெனக் குரைத்தும்
துவங்கிற்று

கற்பிதங்களைக் கடக்கும்
பெரும் யுத்தம்.

■

பேராண்மையின் பலன்

கருணை ததும்பும் உலோகத்தின் கூர்
அவள் கழுத்தை மட்டுமே துண்டித்திருந்தது.
உடல் என்னவானது எனும்
கேள்விகளாய் உழன்று கொண்டிருக்கின்றன
தலை புதையுண்ட நிலத்தில்
வளைந்து நெளியும் புழுக்கள்.
கிடைத்தவற்றை இலகுவாகப் பொருத்தி
புகைப்படங்கள் எடுக்கும் என்னைப் பார்த்து
சற்றுக் கோணலாகப் புன்னகைத்தது அந்தவுடல்.
மழுங்கிப்போன உணர்கொம்புகள் திருப்பி
பலகீனமாக நகர்ந்து செல்ல எத்தனிக்கும் எனக்குத்
தன் நத்தை ஓட்டினைத் தருவதாக
தன் பக்கப் பரிதாபங்களை பகிர்ந்துகொண்டது அத்தலை.
இன்று அருங்காட்சியகம் ஒன்றில்
அதன் கிழிந்த தோலைச் செப்பனிட்டு
சிவப்புப் பளிங்கு நிறக்கண்கள் பொருத்தி
பேராண்மையின் பலன் எனப்பெயரிட்டு
உங்கள் பார்வைக்கு வைத்திருக்கிறேன்.
"அண்ணே என்னை அடிக்காதீங்கணே
நான் கழட்டிடுறேன்" என்று
காதுகளற்றப் பெருங்காற்றில்
கரைந்துபோகும் குரல்களும்
சர்ப்பமாய்த் திரண்டெழுந்து
நம் நிர்வாண மனங்களை விழுங்கும்வரை
இப்போது இஃதொன்றும்
தலையாயப் பிரச்சனை இல்லை

வளர்சிதை

பிணவறையைச் சுற்றும் ஆல்கஹால் நெடிக்கு
முகம் திருப்பாமல் தன்னைத் தருகிறது
அரைகுறையாய் எரியூட்டப்பட்ட உடல்.
வழிந்தடங்கிய காமத்தின்
தடயங்களைத் துடைத்தெறிந்து
டெட்டால் வாசம் அரும்ப
பொட்டலமாய்த் தரப்படும் மகளை
வெள்ளைநிற முயல்குட்டியாய்
தன் கரங்களில் ஏந்தியவன்
“காபி கூட சூடா குடிக்கமாட்டா சார்”
என்று உடைந்து கதறத்துவங்குகிறான்.
கடைசியாய் ஒருமுறை
அவன் முகம் பார்க்காமல் படபடக்கிறது
பிறப்புறுப்புச் சிதைக்கப்பட்டதை
விவரித்துப் பேசும் உடற்கூறு அறிக்கை.
அப்பாக்களின் கரங்களில் தவழும்
மகள்களின் தயக்கத்தைச் சுமக்கின்றன
பேப்பரில் சுருட்டப்பட்ட நாப்கின்கள்.

■

நுரையீரலில் நிறையும் உயிர்

தெருமுனையில் நின்றபடி
வயிறு சிறுத்தும் நுரையீரல் பெருத்தும்
உயிர்மூச்சை ஊதி நீட்டியவனை
மறுதலித்துவிட்டு
முகமெங்கும் பேரமைதி தவழ
இழவு வீட்டிற்குள் நுழைபவர்களின் மத்தியில்
கைவிரல்களில் கொத்தாகக் கோர்க்கப்பட்ட
வண்ண பலூன்களுடன் வந்து அமர்கிறான்.
மூர்ச்சையடைந்து கிடத்தப்பட்டிருக்கிறது
ஒரு விழுமியம்.

உணவுச் சங்கிலி

திருவிழாக் கூட்டத்தில்
அந்தரத்தில் பிணைக்கப்பட்ட
உணவுச்சங்கிலியின் மீது
கண்களைக் கட்டிக்கொண்டவள்
பாதங்களால் உலுக்குகிறாள்.
ஊசலாட்டத்தின் விளிம்பில்
உயிரைப் பகிர்ந்துகொண்டு
வரம்வேண்டி கரமேந்துபவனின்
ஒரு பக்க இரைப்பையை
அது மெதுவாக நிரப்புகிறது.
பூக்குழியில் இறங்கியவர்களை
தூக்கிவிடும் பதட்டத்தோடு
கூட்டத்தில் ஒருத்தியாய்
திகைத்து நிற்கிறாள்
கூழருந்திய வேப்பிலைக்காரி.

அட்சயத்தின் பருக்கைகள்

அரண்மனை வீட்டில் வாழ்ந்து கெட்டவன்
அட்சயம் போலொரு பாத்திரம் ஏந்தி
யாசகம் வேண்டிப் புறப்படுகிறான்.
அன்னலட்சுமியை அருகிலிருந்து தரிசித்தவனுக்கு
சற்றும் பொருந்தவில்லை
பேருந்துகளைச் சுற்றி
ராஜநடையுடன் வலம்வரும் அப்பாத்திரம்.

சட்டைப் பையில் கையைவைத்தபடி
பேருந்து ஜன்னலிலிருந்து
அவனைத் துழாவிக்கொண்டிருந்த
கண்களை நெருங்கிய அந்த நொடியில்தான்
யானைமீது ஏற்றப்பட்ட அம்பாரியாக
ஒருமுறை குலுங்கிவிட்டு
நகரத் தொடங்கியது அப்பேருந்து.

இடுப்பிலிருந்து டாம்பீகம் நழுவிவிழ
முதன்முறையாக தயக்கத்தைத்
துரத்தத் துவங்கியவனின் அட்சயத்தில்
கொடுப்பதற்கும் பெறுவதற்குமான
இடைவெளியில் நழுவி வந்து விழுந்தது
முதல் பொற்காசு.

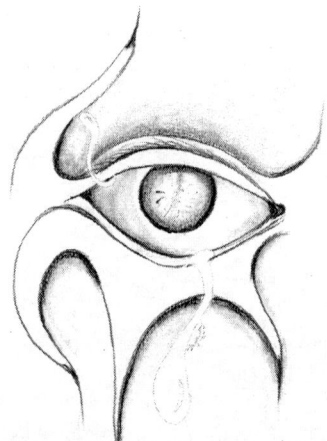

கூடுதலாய் ஒரு வால்

உயிர்த்தெழல்

சிலுவை சுமப்பவர்க்கெல்லாம்
சாத்தியமில்லை
மூன்றாம் நாள்
உயிர்த்தெழல்

பறத்தலை அளத்தல்

பரந்து அகன்ற வெளியும்
வெளியை நிறைக்கும் ஒளியும்
ஒளியைச் சுமக்கும் காற்றும்
காற்றைக் கிழிக்கும் சிறகும்
சிறகு உதிர்க்கும் இறகும்
இறகு மிதக்கும் இசையும் என
எல்லாம் தெரியும் எனக்கு.

பாவம் அந்தப் பறவைக்கு
பறக்க மட்டுமே தெரியும்

ஞானத்தின் வால்

உயிர்நாளம் படரும் கழுத்தைத் தவிர
வேறெதுவும் விருப்பமில்லாத ஓநாய்.
கூர்தீட்டிய தன் தெற்றுப்பல் மின்ன
மோகனப் புன்னகையைத் தவழவிடும் புத்தன்.
போதிமரம் தேடும் பயணத்தில்
வேட்கையின் ஒளிக்கீற்றுகள் பிளந்திறங்கிய
தவம் கலையாத ஆழ்வனமொன்றில்
இளங்குருதியின் பிசுபிசுப்போடு
துண்டிக்கப்பட்டிருக்கிறது கழுத்து.
மிச்சமிருக்கும் நிர்வாணம் தரித்த உடலில்
உபதேசப் பிட்டங்கள் உரச வளர்ந்திருக்கிறது
உபரியாக ஞானத்தின் வால்.

இருளைத் துழாவும் கரம்

சங்கிலியால் பிணைக்கப்பட்டிருக்கிறது
உதிர்ந்த உரோமங்களுடன்
தன் இறந்தகாலத்தை அசைபோட்டபடி
நகர்வலம் சென்று திரும்பிய பகல்.
அரை போதையில் உடை நழுவ
இருளைத் துழாவும் கரத்துடன்
படுத்துறங்கும் பாகனைக் கடந்து செல்கிறது
மதங்கொண்ட மற்றுமோர் இரவு.

தவம்

நிசப்தமாக நீந்தியது மீன்
நானும் படகும்
பார்த்துக்கொண்டே இருந்தோம்
தண்ணீரின் தவம் கலைக்க
எவருக்கும் விருப்பமில்லை.

ஊடல்

வார்த்தைகளை
எய்து முடித்தபின்
நிராயுதபாணியாய்
போரைத் தொடர்கிறது
மௌனம்

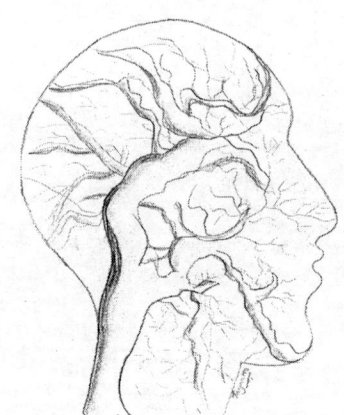

ஆதி நிலத்தின் மிச்சங்கள்

நதிமூலம்

பழையபாடல் ஒன்றைச் சீழ்க்கை அடித்தபடி
சைக்கிளின் முதுகில் பிளாஸ்டிக் பெட்டியைக்
கட்டிக்கொண்டு வருபவனுக்கு
ஆயுதம் தரித்த பிரம்மனின் சாயல்.

பளபளப்பான சவரக்கத்தியால்
ஜடாமுடியை மழிக்கப் பழகிய எனக்கு
நதியொன்றைத் தொலைத்து
மலர்கள் தரித்த சிவனின் சாயல்.

தன் ஒரு பாதத்தைச் சைக்கிள் பெடலிலும்
இன்னொரு பாதத்தைக் குப்பைத்தொட்டியிலும்
ஊன்றியபடி நர்த்தன கோலத்தில் நிற்பவன்
கவிதைக்குள் அடக்கவியலாத
கெட்டவார்த்தையொன்றை உதிர்த்துவிட்டு
முழுவதும் தீர்ந்து போகாத
குளிர்பானக் கேன்கள் சேகரிக்கத் தொடங்குகிறான்.

நான் ஒவ்வொரு முறையும்
கருணை ததும்பும் கரங்களால்
பனிமலைகளைப் பதுக்கி வைத்திருக்கும்
குளிர்சாதனப் பெட்டியைத் திறந்து மூடுகிறேன்.

கைலாயம் உருகி உருகி
பாற்கடலின் நீர்மட்டம் உயர்கின்றது.

■

பற்றி எரியும் உயிர்

பற்றி எரிகிறது
பச்சைநிற உறக்கத்தின் நுரையீரல்.

மண்ணை நேசித்தவனின் மைய அச்சைப்பற்றி
இருப்பு கொள்ளாமல் கனன்று சுழல்கிறது
பற்றவைக்கப்பட்ட ஆதிநிலத்தின் கனவு.

வாய்பிளந்த குஞ்சுகளின் தொண்டையில்
தீத்துண்டை இட்ட அனற்காற்று
தொலைதூர மரநாற்காலியில்
முதுகுவளைந்து ஓய்ந்திருக்கும்
மனிதனின் முகத்தில் கிடத்திச் செல்கிறது
பொசுங்கிய சிறகொன்றின் மீதத்தை.

கருகிச் சரியும் சரீரம்
தன் பாதி வெந்த கரங்களால்
கருத்தரிக்காத மேகங்களின் முகங்களில்
சினையின் கரியை அள்ளி வீசுகிறது.

அப்படியென்ன நிகழ்ந்துவிடப்போகிறது
ஒரு வனம் இன்னும் கொஞ்சம் எரிவதால்.
ஒரு சுவாசம் இன்னும் கொஞ்சம் குறைவதால்.

குரல் நெறிக்கப்பட்ட வனம்

கடைந்தெடுக்கப்படும் மலையின்
இரைப்பையிலிருந்து சரிகின்றது
தாகம் கொண்ட ஒரு வனம்.
தந்தம் முறிக்கப்பட்ட பிளிறல்களுடன்
அறுத்து அடுக்கப்பட்டிருக்கும்
பாறைகளின் இடுக்கில்
வந்து விழுகின்றன அதன் நீர்க்கிளைகள்.
அழுக்கேறிய ஸ்ப்ரைட் பாட்டிலின்
கடைசிச் சொட்டை அருந்திவிட்டு
தன் அங்குசத்தின் நுனியில்
ஒரு உலர்ந்துபோன வனத்துண்டை
கட்டியிழுக்கத் தொடங்குகிறான்
குரல்வளை உடைக்கப்பட்ட பாகன்.
பழகியிராத அந்த நகர்வலத்தின்
தடங்களை முகர்ந்து குழப்பமுறும் வரிப்புலி
முள்வேலிகளுக்குப் பின் இடம்பெயர்க்கப்பட்ட குடிசையின்
கொல்லைப்புறத் தொட்டியில்
தன் உறுமலை மறைத்தவண்ணம்
நீரருந்தப் பழகுகிறது.

பனிக்குடம்

கருவேலமுள்ளில் சிக்கி அலையும்
கிழிந்த பழஞ்சேலையின் படபடப்புடன்
அனற்காற்றில் நாவறண்டு எழுகிறது
கொடியருந்த நதியின் ஓலம்.

பருவம் தவறிய வயற்காடுகளில்
மரணசாசனக் கற்களை விதைத்துவிட்டு
துர்பிறப்பின் அடையாளங்களோடு
நீர்க்கதவுகளடைக்கப்பட்ட நிலத்தில்
பதுங்கிப் புதைந்துகொள்கிறது
வாய் பெருத்த நகரத்தின் பசி.

சாலை நெரிசலில் சிக்கிய
அவசர ஊர்தியின் அலறலுடன்
கவனிப்பாரற்றுக் கரைந்து போகிறது
தன் பனிக்குடம் உடைத்து
நீர்நிலைகளைப் பிரசவிப்பவளின்
வழிந்தோடும் மழைக்குரல்.

கடவுளின் தண்டுவடம்

வறண்ட நடுநிசியில்
திடுக்கிட்டெழுந்த கடவுளின் தண்டுவடத்தில்
பூரான்களாய் ஊறுகின்றன
தளவாடங்களின் வழித்தடங்கள்.

கருகிய நுரையீரலை அறுத்தெறிகிறது
தீய்ந்த உதடுகளோடு எரியும்
எண்ணெக் கிணறுகளின் வீச்சம்.

வீழ்த்தப்பட்ட போர் குடுவையிலிருந்து
சொட்டுச் சொட்டாய் வடிகின்றன
உலர்ந்த நாவுகளைச் சென்றடையாத
நிரந்தர விடுதலையின் துளிகள்.

தொண்டைக்குழிக்குள் இறங்காமல் எத்தனிக்கிறது
குண்டு துளைக்காத உடல் வேண்டி
மார்பு எலும்புகள் துருத்த நிற்பவனுக்கு
வழங்கப்படவேண்டிய இறுதித் தீர்ப்பு.

உலோக அடையாளம் இடப்பட்டு
முறிந்த எழுதுகோலாய்க் கிடத்தப்பட்டிருக்கும்
அடையாளமற்ற உடல்களுக்கு மத்தியில்
வியர்த்து விழித்திருக்கிறது
கடவுளின் உறக்கம்.

■

தயைகூர்ந்து

உயர்த்திப் பிடிக்கும் துப்பாக்கியின் இலக்கு
எங்கள் மூளையை
சரியாகச் சிதறச்செய்வதாய் இருக்கட்டும்

மொத்தமாய் அழிப்பதென்றால்
தசைத்துணுக்குகளாய்ச் சிதறச்செய்யும்
வெடிகுண்டுகளைப் பயன்படுத்துவது உத்தமம்

ஒற்றைக்கொலையை விட
குடும்பங்களாய் கொன்றுபோடுதல்
இன்னும் நலம்

கிடைக்கப்பெறாத விடுதலைக்காக
கைகளைக் குவித்து இறைஞ்சுதலை
ஒரு நொடிக்கும் மேல் நீட்டிப்பதைவிட
அதி உன்னதமானது

மரணத்தின் விசையை
சட்டென்று அழுத்துவது.

■

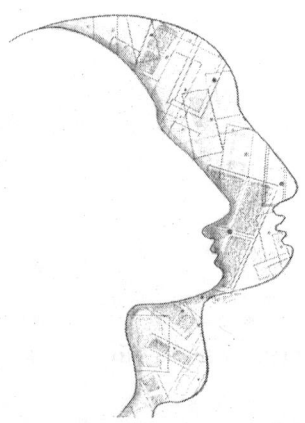

கதவுகளின் குரல்கள்

இருளுக்குள் திரும்பும் வெளிச்சம்

சட்டையின் வால்பிடித்து
நகரும் குழந்தைகளாய்
குகைப்பாதையிலிருந்து வெளிவருகிறது
கருக்கலைப்பு செய்துகொண்டவளை
சுமந்துவரும் தொடர்வண்டி.
திடீர் வெளிச்சம்கண்டு திகைப்புற்று
மீண்டும் புன்னகைக்குத் திரும்புகிறது
எதிரிலிருப்பவர் மடிதவழும் குழந்தை.
வெளிச்சம் கண்டு கலங்கும்
வரம்பெறாத இன்னொரு குழந்தையின்
இருண்ட நினைவுகளைச் சுமந்தவாறு
அவள் அடிவயிற்றின் அதிர்வுகளோடு
மெலிதாய்த் தடதடக்கிறது தொடர்வண்டி.

இதுவரை சொன்னேதே இல்லை

அண்ணன் தம்பிகள் இல்லாத வீட்டில்
அப்பாவின் வாசம் நிரம்பிய இறக்கைக்குள்
மகளை அடைகாக்கிறாள் அம்மா.

அப்பாவின் சட்டைக்குள்
நுழையும் மகளுக்கு
முறுக்கிய மை மீசை வரைந்து
அவளின் ஆண்மையை மெச்சி
பின்னாளில் ஜீன்ஸும் டி சர்ட்டும் அணிவிக்கிறாள்

முதன்முதலாய் நிக்கோடின் வாசத்துடன்
வீட்டுக்குள் நுழைந்த மகள்
அப்பாவைப் போல் வளர்ந்திருப்பதாகவே
அரற்றவும் தொடங்குகிறாள்.

அப்பாவைப் போல வேலைக்கு போ.
அப்பாவைப் போல தைரியமாய் இரு.
அவளுக்கு எல்லாமே அப்பாதான்.

வியர்வையும் இயலாமையும் வழிய
கரண்டியும் கையுமாய் வெளியேறி
'உன் அப்பாவ கட்டிக்கிட்டு வந்து..'
எனத் தொடங்குவதற்கும்
அவளுக்கு அப்பாதான் வேண்டும்.

தெரிந்தோ தெரியாமலோ
அம்மாவைப் போல இரு என்று மட்டும்
அவள் இதுவரை சொன்னதே இல்லை.

நீருடல்

என் நினைவுகளை
இரண்டாய்
நான்காய்
எட்டாய் மடித்து
உன் பரந்த நீர்நிலையினில்
மிதக்க விடுகிறேன்.
அடிவயிறு நனைந்த படகாய்
மெதுவாய் நெகிழ்ந்து
நீருடல் பற்றி எழும்புகின்றன
நம் அலைகள்.

கைக்குள் அடங்காத சுவர்கள்

பனிப்பிரதேசம் சென்றவன்
மேகங்கள் வழிந்தோடிய
கரும்பாறையொன்றில் சாய்ந்தபடி
நெடுநேரமாய் நிற்கிறான்.
தளர்ந்து நிற்கும் அவன் தனிமைக்குள்
தன் மார்பின் ஈரத்தால்
மெதுவாகத் ஊடுறுவித் தழுவும்
கரங்களற்ற கரும்பாறை
அவன் காதில் கிசுகிசுக்கத் தொடங்கியது.
நீ ஒரு மலையைக்
கட்டியணைக்க முயன்றதுண்டா?
மேகத்தை?
மழையை?
அவள் இறந்தகால நினைவைப் பேசும்
உன் வீட்டின் சுவர்களின்
மழையின் ஈரம் பூத்ததுண்டா?
குறைந்தபட்சம்
கட்டியணைக்க ஏதுவாகத்தான்
கட்டப்பட்டிருக்கிறதா
உன் வீட்டுச் சுவர்கள்?

சோழிகளில் புரள்பவள்

உன் கை நிறைய சோழிகளாய்
என்னை அள்ளிக்கொண்டு
இரண்டு பக்கங்களிலும்
நீ ஒருவனே விளையாடுகிறாய்.
என்னை நீ நிறைக்கும்
தற்காலிகப் பள்ளங்களில்
நான் மூச்சு முட்டக் காத்திருப்பதாய்
சொல்லித் திரிகின்றன
வழித்தெடுத்து வீசும் உன் கரங்கள்.
தலை புரளும் சோழிகளால் உந்தப்பட்டு
மர்மப் புன்னகையுடன்
நீயே தேர்ந்தெடுக்கிறாய்
வேறு விளையாட்டையும்.
கலைத்துப் போடப்பட்ட புதிராய்
நான் மீண்டும் காத்திருக்கத் துவங்குகிறேன்.

தகிக்கும் பாலை

ஒரு மணற்புள்ளியில்
நீயும் நானும் எழுதத் துவங்குகிறோம்.
நெளிந்தூறும் சர்ப்பங்களாய்
வளைவெழுத்துகளின் தடம்பதித்தபடி
அலைகிறது நம் அனல்மூச்சு.
எழுத எழுதத் தீராமல் தகிக்கிறது சந்தனப்பாலை.
விளிம்பென்று சமரசம் செய்துகொண்ட
ஒரு கானல்நீர்ச் சுனையில் நின்று
இருவருமாய்த் திரும்பிப் பார்க்கிறோம்.
இருவரின் கையெழுத்திலும்
நேர்த்தியாக எழுதப்பட்டிருக்கிறது
ஒரு மணற்கவிதை.
முடிவில்லா அம்மணற்பரப்பில்
உன்னைத் தடுக்க விழையும்
கோட்டெழுத்துக்கள் பற்றிய கவலை
இனியும் எனக்கில்லை.
இதோ தோல்வியுறும் என் கரங்களையும் பற்றி
இனி நீயே அம்முடிவிலியைத் தொடர்ந்து போ.
இப்பொழுதென்பது கட்டுடைதலுக்கானது.

பதங்கமாகும் மேகங்கள்

பலவந்தமாக நுழைந்து
பளிச்செனச் சாரலை வீசிச்செல்லும்
பெருங்காற்றுக்கு
நடுங்கித்தான் போவாள்.
படபடக்கும் ஆடைகளுக்குள்
முகம் புதைத்தபடி
புலன்களை அடைத்துக்கொள்வாள்.
அவள் பின்வாங்கும் பதட்டத்தை ரசித்தபடி
இன்னும் கொஞ்சம் உக்கிரத்துடன்
ஜன்னல்கள் வழியே
ஆங்காரமாய் நுழையும் மழை.
நிலமதிரும் நீர்த்தாரைகளின்
ஆரவாரம் அடங்கும்பொழுதில்
தன் மென்கரங்களை
ஏந்தியபடி வருபவள்
நனைந்து நிற்கும்
செம்பருத்திக் கிளைகளின் கீழ் நின்று
இலைகளில் தேங்கியிருக்கும் நீருதிர்த்து
தன் முகம் மலர்த்துவாள்.

கூடல் நிமித்தம்

முதுகிலிறங்கும் பின்னலின்
இரட்டை நெளிவின்
மையப்புள்ளி பற்றி
மேலேறும் விரலொன்றின்
மெல்லியதொரு அழுத்தத்தில்
அள்ளி முடித்த
முடிச்சுகள் அவிழ்த்தல் இன்பம்.
நிலை கலையாத கூந்தலை
கலைத்தலை விடவும்
அலைவன விலக்கி
அரைமுகம் அளத்தலைவிடவும்
பின்னி வரச்சொன்னாயே எனும்
மோகப் பொய்யொன்றில்
மேவி நிறைகிறது காமம்.

பசி

கண்ணில் தெரியும் பசியை
மெதுவாய் தின்னத் தொடங்குகிறது
இன்னொரு பசி.
தின்னத் தின்னத் தீராத பசி
கொஞ்சம் கொஞ்சமாய்
விழுங்கத் தொடங்குகிறது இலையை.
மொத்த வனத்தையும்
விழுங்க எத்தனிக்கும் பசியை
நெளிந்தும் நெகிழ்ந்தும்
சிந்தாமல் செரிக்கிறது இலை.
மிச்சம் வைத்துப் பசியடங்கியபோது
காணாமல் போயிருந்தது இலை.
இலைக்குள் நீ.

மர்மங்களின் கதைகள்

நிழல் ஒடிந்து விழும்
சுள்ளிகளைச் சுமப்பவளின்
வனவுடலெங்கும்
இலை நரம்புகளெனக் கிளைத்து
வழிகிறது வெயில்.
நீர்த்தடங்களின் தேங்கி நிற்கும்
கூழாங்கற்களில் நடந்துசெல்பவள்
தன் வியர்வையின் வாசத்தை
பருவம் மலரும்
சுனையில் மிதக்கவிடுகிறாள்.
விரிந்து படரும் அவ்வோடை
தன் நீர்ம விரல்களால்
பாறைகளின் மர்மங்களில் சரிந்து
பிரவாகமெடுக்கிறது அருவியாய்.
தொலைதூரச் சமவெளியில்
உடை நழுவ நீராடுபவள்
தன் இருகரங்கள் நீட்டி
ஏந்திக் கொள்கிறாள்
வழக்கொழிந்து போன
வனப்பேச்சிகளின் கதைகளை.

முக்கோணவியல்

பாதி வழியில்
வீடுதிரும்பிய கணவனுக்கு
தேடிக்கொடுத்த அந்த
வெள்ளை நிறக் கோப்போ...
முன்மாலையில்
மிச்சம் வைக்கப்பட்டு
அதிகாலை ஆயத்தங்களுக்கு முன்
தீர்த்து வைக்கப்பட்ட
முக்கோணவியல் கணக்கோ...
இவைகள் போல்
ஏதேனுமொன்றாய்தான்
இருக்கவேண்டும்
காலைநேரக் குளிர்சாதனப் பேருந்தில்
சொட்டுச் சொட்டாய்
அவள் முதுகை நனைக்கும்
ஒவ்வொரு துளியும்

பதினோராம் விரல்

நிசப்தம் கலையும்
இடைவெளிகளிலெல்லாம்
சுவாரசியம் இழக்கிறது
தூக்கம் வராத மகளை
மடியில் கிடத்தியவாறு
வாசிக்கத் தொடங்கிய அக்கவிதை.
அம்மாவைத் தொந்தரவு செய்யாதே
எனும் அதட்டலுக்குப் பின்
மௌனித்தவளைப் போலவே
கடைசிவரி வரை கடந்து செல்கிறது.
வெறுமை கலைந்த இறுதியில்
மீண்டும் அவள் முகத்தை ஏறிடுகிறேன்.
பத்தாம் விரல் மடக்கி
"அம்மா இந்த பேஜில 11 வேர்ட்ஸ்"
என அவள் மலரும் நொடிக்குப்பின்தான்
அக்கவிதை துவங்குகிறது.

பிக்ஸல்களால் ஒரு பிரபஞ்சம்

நான்கு சட்டங்களுக்குள்
கட்டியுருடப்பட்ட சணல் பந்தென
அடைக்கப்பட்டிருந்தது பிரபஞ்சம்.
அதன் சூட்சுமங்களை விடுவிக்கும்
ஒரு முடிச்சு வழங்கப்பட்டிருக்கிறது
என் விரல்களிடம்.
விடுவிக்கப்படும் ஒவ்வொரு முடிச்சும்
விரிகிறது இன்னொரு சூட்சுமமாய்.
ஒவ்வொரு சூட்சுமமும்
தன் நீள்வட்டப் பாதையின்
இன்னொரு முனையில் இணைக்கப்பட்டுள்ளது
அதன் வேறொரு பிரபஞ்சத்தோடு.
அந்த ஆட்களற்ற இன்னொரு பிரபஞ்சத்தில்
ஒரு மலைப்பிரதேசத்தில்
பாய்போல் மழையைச் சுருட்டியும்
அதன் மீது வெயிலைக் கொஞ்சம் தெளித்தும்
அச்சிறுமி விளையாடுகிறாள்.
நான் பவர் ஆஃப் செய்வதற்குள்
உறங்கியும் போகிறாள்.

முதல் புத்தகம்

முதல் கவிதைப் புத்தகம்
உனக்கே சமர்ப்பணமென்றேன்
மொழி புரியாத உன்னிடம்
மலர் தாவும் அவசரமில்லை
ஏதோவொன்றை நினைத்தவாறு
குழந்தைபோல் மடி கிடத்துகிறாய்.
சுருண்டிருக்கும் கைவிரல்களில்
விரவியிருக்கும் மிதமான அழுத்தமொன்று
கவிதைகளுக்கும் தேவையாய் இருந்தது.
ஒவ்வொரு நுனியிலும்
எச்சில் தொட்டுத்தழுவியும், தடவியும்
என் பக்கங்களில் படர்கிறாய்.
நீ எப்போதும் அப்படிச் செய்வதில்லை
இன்று வீடெங்கும் நிறைந்திருக்கிறது
பிறந்த குழந்தையின் வாசம்போல
ஈரம் மாறாத கவிதைகள்.

சுபா செந்தில்குமார்

கும்பகோணத்தை அடுத்த திருபுவனத்தைச் சேர்ந்தவர். கடந்த பன்னிரண்டு ஆண்டுகளாகச் சிங்கப்பூரில் வசிக்கிறார்.

சிங்கப்பூர், தேசியக் கலைகள் மன்றம் (NAC) வழங்கும் "தங்கமுனை" விருதினை 2015ஆம் ஆண்டும் (இரண்டாம் பரிசு), 2019ஆம் ஆண்டும் (முதல்பரிசு) தன் கவிதைகளுக்காகப் பெற்றவர்.

இவரது கவிதைகள் சிங்கப்பூர் மற்றும் தமிழகத்தில் வெளிவரும் இதழ்களில் வெளிவந்துள்ளன.

இது இவரது முதல் கவிதைத் தொகுப்பு.

gksubha@gmail.com